கடவுளுக்கு முன் பிறந்தவர்கள்

கடவுளுக்கு முன் பிறந்தவர்கள்
ஆதிவாசி கவிதைகள்

இந்திரன்

டிஸ்கவரி புக் பேலஸ்
கே.கே.நகர் மேற்கு, சென்னை - 600 078.
(பாண்டிச்சேரி கெஸ்ட் ஹவுஸ் அருகில்)
Ph: 044-6515 7525 Mobile: +91 87545 07070

கடவுளுக்கு முன் பிறந்தவர்கள்
ஆசிரியர்: இந்திரன்©

Kadavulukku Mun Piranthavargal
Author: Indiran©

Publiseher: Discovery Book Palace (P) Ltd.
1st Short Edition: June - 2020
Pages : 104

Book Design:
Discovery Team

Discovery Book Palace (P) Ltd,
6, Mahaveer Complex, Munusamy Salai,
K.K.Nagar West,Chennai-600 078.
Ph: +91 - 44-4855 7525
Mobile: +91 87545 07070

E-mail: discoverybookpalace@gmail.com,
Website: www.discoverybookpalace.com

Rs. 110

இந்திரன் (1948)

கவிஞர், கலை விமர்சகர், மொழிபெயர்ப்பாளர், ஓவியர்.

பாண்டிச்சேரியில் பிறந்த இந்திரன் 40க்கு மேற்பட்ட நூல்களை எழுதியவர். தமிழ், ஆங்கில மொழிகளில் எழுதுபவர். 2012இல் சாகித்திய அகாடமியின் மொழிபெயர்ப்பு விருது பெற்றவர். பிரிட்டிஷ் அருங்காட்சியகங்களில் சேகரிக்கப்பட்ட இந்தியக் கலைப் பொருட்களை ஆய்வு செய்தவர். தமிழக அரசுக்காக திருக்குறளின் 133 அதிகாரங்களுக்கு 133 ஓவியர்களின் படைப்புகளைச் சேகரித்து கண்காட்சி அமைத்தவர். இலக்கியத்தின் பொருட்டு கொதுலுப், ரீயூனியன் தீவுகளுக்கும், ஐரோப்பிய நாடுகளுக்கும் பயணித்தவர். தமிழ் அழகியல் எனும் கருத்துருவாக்கத்தை முன் வைத்து தொடர்ந்து இயங்கி வருபவர்.

மின்னஞ்சல்: indran48@gmail.com

அலைபேசி: 984073 8224

ஆதிவாசி கவிதைகள் - சிறு அறிமுகம்

இன்று வளர்ச்சியின் பெயரால் நெருக்கடிகளை உச்சரித்துக் கொண்டு ஊடுருவும் நாகரிக வெளிச்சத்தில் கண் கூசி முகம் பொத்திக் கொள்கிறது ஆதிவாசிகளின் பண்பாடு. அடையாளங்களை தொலைத்துவிடும் அபாயத்திலிருந்து தங்களைக் காப்பாற்றிக் கொள்வதற்காக மொழிக்குக் கீழே இருக்கும் சுரங்க அறைக்குள் தஞ்சம் புகுந்து கொள்கின்றன இவர்களது தொன்மங்கள். மூதாதையர்களின் ஆவிகளோடு சடங்கியல் ரீதியாக உரையாடிக்கொண்டு காலம் என்பதைத் தங்கள் கைப்பிடிக்குள் வைத்திருக்கும் ஆதிவாசிகளின் வாழ்க்கை அவர்களது பூர்வீகமான காடுகளிலிருந்தும், மலைகளிலிருந்தும் விரட்டி அடிக்கப்படுகிறது.

அணைகளைக் கட்டுகிறோம் என்றும், கனரக தொழிற்சாலைகளை நிர்மாணிக்கிறோம் என்றும், ராணுவத்திற்குத் துப்பாக்கி சுடும் பயிற்சி அளிக்கிறோம் என்றும் சொல்லிக்கொண்டு ஆதிவாசிகளின் வாழிடங்களில் ஊடுருவும் அதிகாரம் இறுதியில் இவர்களது அடையாளங்களையே பிடுங்கிவிடுகிறது.

ஆதிவாசிகள் மகிழ்ந்த காடுகள் மறைகின்றன. தூய்மையோடு ஓடிய நதிகளில் தொழிற்சாலைகளின் கழிவுநீர். இவர்கள் இளைப்பாறிய நிழல்கள் இன்று இவர்களுக்குச் சொந்தமில்லை. நாகரிக வாழ்க்கைக்கு இவர்களைக் கொண்டு வருகிறோம் என்ற பெயரில் காடுகளையும், மலைகளையும் விட்டு அழைத்து வரப்பட்ட இவர்கள் இன்று தொழிற்சாலை நகரங்களில் குப்பை பொறுக்கிக்கொண்டிருக்கிறார்கள். இவர்களது பெண்கள் தெருக்களில் சாராயம் விற்குமாறு கட்டாயப்படுத்தப் படுகிறார்கள். இவர்கள் தயாரித்த மருந்துகள் இப்போது இல்லை.

எனவே பலவித நோய்களுக்கு ஆளாகிறார்கள். இந்த அவல நிலைகளிலிருந்து தப்பி இவர்கள் வெளி மனிதர்கள் ஊடுருவ முடியாத மலைச் சிகரங்களையும் அடர்ந்த காடுகளையும் நாடி இடம்பெயர்ந்து விடுகிறார்கள்.

இது முடியாத போது தங்களது வாழிடங்களுக்கான உரிமை வேண்டிப் போராடவும் தொடங்கி விடுகிறார்கள். இவர்களது பண்பாட்டு அடையாளங்களைக் காப்பாற்றிக்கொள்ளும் ஒரு வழிமுறையாக இவர்களது இலக்கியம் உதவுகிறது.

உண்மையில் இந்திய சமூகத்தில் புரையோடிப் போயிருக்கும் சாதி நோய் தீண்டாத ஒரே சமூகம் ஆதிவாசி சமூகம்தான். கணவனை இழந்த பெண்கள் விதவைகள் என்று தனியே பிரித்து வைக்கப்படும் கொடுமை இவர்களின் சமூகத்தில் இல்லை.

ஆதிவாசிகள் பெரும்பாலும் இந்தியாவின் பிற மக்களால் ஊடுருவ முடியாத காடுகளிலும், மலைகளிலும்தான் கூட்டம் கூட்டமாக வாழ்கிறார்கள்.

இவர்கள் சொத்து சேர்ப்பதிலோ, வட்டியையும் முதலையும் சம்பாதிக்கும் ஒரு வழியாக உழைப்பைக் கருதுவதிலேயோ அக்கறை காட்டுவதில்லை. கானகங்களில் பதுங்கி நகரும் நிழல்களென இவர்களது வாய்மொழிக் கவிதைகள் வாழ்க்கைச் சுவடுகளைப் பாதுகாக்கின்றன. மலைச்சரிவுகளில் முணுமுணுத்து உருளும் காற்றாய் இவர்களது இசைப்பாடல்கள் இலக்கியத்தை வாழவைக்கின்றன. எழுத்தின் வார்ப்படங்களில் ஊற்றி வைக்கப்படாத இவர்களது கூத்துவரிகளும், ஒப்பாரிகளும், தாலாட்டுகளும் வாழ்க்கையின் வயலை நோக்கி சலசலத்துப் பாய்கின்றன.

உலகில் ஆதிவாசிகளை அதிகமாகக் கொண்ட நாடுகளில் இந்தியாவும் ஒன்று என்ற வகையில், நமது நாட்டில் மட்டும் சுமார் 10 கோடியே 42 லட்சம் ஆதிவாசிகள் (2011—ஆம் ஆண்டின் கணக்கெடுப்பின்படி) வாழ்கிறார்கள். இதில் 30 மாநிலங்களில் 705 ஆதிவாசி குழுக்கள் இருக்கின்றன. இவர்களில் தமிழ்நாட்டில் மட்டும் 5,20,000 (1981) ஆதிவாசிகள் உள்ளனர். சேர்வராயன், நீலகிரி, ஆனைமலை, கொல்லிமலை, கல்வராயன், பச்சைமலை, பாலமலை, கத்திரிமலை,

ஜவ்வாதுமலை ஆகிய பகுதிகளில் இவர்கள் வாழ்கிறார்கள். இவர்கள் எழுத்து தோன்றுவதற்கு முற்காலத்திலிருந்தே வாழ்ந்து வருவதால் எழுத்தறிவிற்கு முந்தைய சமுதாயம் என்று வர்ணிக்கப்படுகின்றனர். எனவேதான் இவர்களின் இன்றைய கவிதைகளும் வாய்மொழி வழக்கிலேயே உள்ளன. மொழி வளர்ச்சி ரீதியில் இந்திய ஆதிவாசிகளை மூன்று வகையாகப் பிரிக்கலாம். 1. வடக்கில் திபெத், சீன மொழி பேசுபவர்கள். 2. மத்தியில் ஆஸ்திரோ ஆசிய மொழி பேசுபவர்கள். 3. தென் பகுதியில் திராவிட மொழி பேசுபவர்கள்.

இவர்களில் மத்திய இந்தியாவில் அதிக ஆதிவாசிகளும் வடக்கு, வடகிழக்குப் பகுதியில் குறைவான ஆதிவாசிகளும், தென்னிந்தியாவில் சுமாரான அளவு ஆதிவாசிகளும் வாழ்கின்றனர்.

இவர்களை ஒரே இனவரையறையில் கொண்டுவர முடியாது. எனவேதான் இந்தியாவின் ஆதிவாசி இலக்கியம் பன்முகப்பட்டதாக விளங்குகிறது. ஆனால் குஜராத்தில் வாழும் கோலிகளாக இருந்தாலும், அந்தமானில் வாழும் ஓங்கிகளாக இருந்தாலும், தமிழ்நாட்டில் வாழும் இருளர்களாக இருந்தாலும் இவர்களது கவிதைகளில் பயிலப்படும் வெளிப்பாட்டு மொழி சிக்கலற்றது. எளிமையானது. தூய்மையானது. நேரடித் தன்மை கொண்டது.

எல்லா ஆதிவாசி கவிதைகளும் இயற்கை, மனிதன், கடவுள் ஆகிய மூன்றையும் சமதளத்தில் வைத்துப் பேசுகின்றன. இவர்களது கவிதைகள் தங்களின் சூழலைப் புனிதமாகக் கருதுகின்றன. உண்மையில் இந்தியாவின் மண்ணுக்கு தொல் பழங்காலந்தொட்டு சொந்தக்காரர்கள் இவர்கள்தான்.

பிரிட்டிஷ்காரர்களின் காலனி ஆதிக்கச் சுரண்டுதலை முதன் முதல் எதிர்த்தவர்களே ஆதிவாசிகள்தான். இதனால்தான் ஆதிவாசிகளைக் குற்றப் பரம்பரையினராக வைத்திருந்தது பிரிட்டிஷ் ஆட்சி.

பிரிட்டிஷ் காலத்தில் இயற்றப்பட்ட "குற்றவாளி ஆதிவாசிகள் சட்டம் 1871"—இன்படி சுமார் 200 ஆதிவாசி குழுக்கள் குற்றப் பரம்பரையினராக வரையறுக்கப்பட்டிருந்தனர். இந்திய சுதந்திரத்திற்குப் பிறகுதான் இது மாற்றப்பட்டு இவர்கள்

"ஷெட்யூல்டு ட்ரைப்" எனும் அட்டவணை சாதியினராகப் பிரிக்கப்பட்டனர்.

ஆதிவாசிகளின் இலக்கியம் என்பது பெரும்பாலும் இன ரீதியாகவும், இயற்கையைப் புரிந்துகொள்ளுதல் ரீதியாகவும் அமைக்கப்பட்ட நினைவுகளை அடிப்படையாகக் கொண்டது. இவர்களிடம் பழக்கப்பட்டு பழக்கப்பட்டு தேய்ந்து போன கற்பனைகள் மிகவும் குறைவாகவே காணப்படுகின்றன.

இவர்களது கற்பனை மனித மனதிற்கு உயிரியல் ரீதியாகக் கொடுக்கப்பட்டிருக்கும் காட்சிகளை உருவாக்கும் சக்தி சம்பந்தப்பட்டது.

காலம், வெளி ஆகியவற்றில் வெளியை உயிரியல் ரீதியாக உருவாக்கப்பட்ட காட்சி ரூபங்களால் நிறைக்கிறார்கள் இவர்கள். இத்தகைய நினைவுகளின் அடிப்படையால் உருவாக்கப்பட்டதே இவர்களது காலம் என்னும் கருத்தோட்டம்.

நேற்றைக்கு இருந்த மனிதனின் நினைவுகள் இன்றைக்கு இருக்கும் மனிதனிடம் தோன்றுகிறபோதுதான் காலமென்னும் கருத்துருவாக்கம் தோன்றுகிறது.

வரலாற்று ரீதியான நினைவுகளின் தொகுதியே இவர்களது காலத்தை உருவாக்குகிறது.

இறந்து போன மூதாதையர்களுடன் பேசுகிற இவர்களது சடங்குகள், இவர்கள் காலம் என்பதன் மீது கொண்டிருக்கும் அதிகாரத்தைக் காட்டுகின்றன.

சுடுமண் மற்றும் மரம் ஆகியவற்றால் செய்யப்பட்ட முன்னோர்களது வடிவங்களோடு சடங்கியல் ரீதியாக உறவு கொண்டு சன்னதம் கொள்ளும் இவர்களது நினைவுகளின் வெளிப்பாடுகளே இவர்கள் கட்டும் வீடுகள், கைவினைப் பொருட்கள், நடனங்கள், பாடல்கள் ஆகிய அனைத்தும்.

ஆதிவாசிகளுக்கு வெளியே இருக்கிற நமது பண்பாடுகள் இவர்களது மருத்துவத்தை, மாந்திரீகத்தை, சடங்கை, சமயத்தை, வாழ்க்கை முறையை பண்பாட்டைப் புரிந்துகொள்ள முயற்சிப்பதில்லை.

மாறாகத் தங்களது பண்பாட்டையும் நாகரிகமென்று தங்களால் கருதப்படுவதையும் ஆதிவாசி மக்களின் மீது திணிக்கும் வன்முறையே இங்கு இடம்பெறுகிறது.

இந்தியப் பொருளாதாரத்தில் ஆதிவாசிகள் பெரும்பங்கு வகிக்க அனுமதிக்கப்படவில்லை.

விளை நிலங்களும், பிறவும் ஆதிவாசிகளுக்கு அந்நியமாக்கப்பட்டதனால் இவர்கள் மிக மலிவான கூலிக்கு வேலை செய்கிற கூலித் தொழிலாளிகளாக இழிவடைந்தனர்.

இந்திய அரசியலமைப்புச் சட்டம் ஆதிவாசிகளுக்கு அதாவது ஷெட்யூல்டு பழங்குடியினருக்குக் கல்வியில், நிர்வாகத்தில், சட்ட அமைப்பில் உரிய விகிதாசாரம் கொடுக்கவேண்டிய உத்தரவாதத்தை அளித்திருக்கிறது. அது மட்டுமின்றி இவர்களது வளர்ச்சிக்காக சமூக பொருளாதாரத் திட்டங்களும் உள்ளன. ஆனால் இவை ஆதிவாசிகளை எட்டவில்லை என்பது மட்டுமே உண்மை.

ஆதிவாசிகளின் இந்த சிறிய கவிதைத் தொகுதி இவர்களை ஒரு காட்டுமிராண்டி கும்பலாகச் சித்திரிக்க கூடாது என்பதில் கவனம் எடுத்துக்கொள்கிறது.

மேலும், இந்தியாவின் இலக்கியங்கள் காலனி ஆதிக்கத்தினால் பாதிப்பிற்குள்ளாகி இருக்கிற போது, ஆதிவாசிகளின் வாய்மொழி இலக்கியங்கள் மட்டுமே காலனி ஆதிக்க பாதிப்போ, மேலை இலக்கிய பாதிப்போ அற்ற நிலையில் ஒழுங்கு செய்யப்படாத மூல சக்தியுடன் திகழ்கின்றன என்பதை உணர்த்த முயல்கிறது.

மானிடவியலாளர்களும், மொழியியலாளர்களும், நாட்டுப்புறவியலாளர்களும் மட்டுமே இதுவரை அக்கறையெடுத்துக் கொண்ட ஆதிவாசி இலக்கியத்தில் இலக்கியவாதிகளும் அக்கறை எடுத்துக்கொள்ளும்போது இந்திய இலக்கியத்துக்குள் ஒரு புதிய அழகியல் பரிமாணம் தோன்றும் என்பது நிச்சயம்.

ஆதிவாசி இலக்கியம் என்பது இலக்கியத்திற்கே உரிய மேட்டுக்குடித்தனம் அற்றது. ஆதிவாசி ஓவியம் ஒன்றை எடுத்துக் கொள்வோமென்றால் அது தனக்கென தனியாக சிருஷ்டிக்கப்பட்ட ஒரு கலையரங்கை நாடிச் செல்வதில்லை.

மக்கள் வாழும் வீட்டின் ஒரு பகுதியாகவே ஓவியம் இடம் பெறுகிறது. எனவே கலை எங்கே முடிகிறது, வாழ்க்கை எங்கே தொடங்குகிறது என்று அறிய முடியாத அளவிற்குக் கலையும் வாழ்க்கையும் பின்னிப் பிணைந்ததுதான் ஆதிவாசி இலக்கியம்.

விளையாட்டுத்தனம் என்பது ஆதிவாசி இலக்கியத்தின் முக்கிய கூறு. இது பாசாங்கான தொனியைத் தேர்ந்தெடுப்பதில்லை. அறிவாளித்தனத்தைக் காட்டும் படிமங்களையும் உருவகங்களையும் நாடி மூளையைக் கசக்கிக் கொள்வதில்லை.

தான் கவிஞன், தான் கவிதைகளைப் படைக்கும் ஒரு கடவுள் என்கிற அதிகாரத்தை ஆதிவாசி கவிஞன் நிறுவுவதில்லை. ஆதிவாசி கவிதைகள் விற்பனைக்காக செய்யப்படுவதில்லை. ஆதிவாசி கவிஞனோ அல்லது ஒரு கதைசொல்லியோ தான் சொல்கிற கதையில் அல்லது கவிதையில் தன்னைக் கரைத்துக் கொள்வதனால் அவன் சமூகத்தின் ஒரு குரலாக மாறிவிடுகிறான். சமூகத்தை விட்டு விலகிப்போன நிலைப்பாட்டை அவன் எடுப்பதில்லை. கலை சாதனத்தை முன்னிறுத்திக் காட்டுவதில் எடுத்துக்கொள்ளும் அக்கறையைத் தன்னை முன்னிறுத்துவதில் ஆதிவாசி கவிஞன் காட்டுவதில்லை.

இன்று ஆதிவாசிகள் தங்களது பண்பாட்டு அடையாளங்களையும், அடிப்படையான ஜீவாதார உரிமைகளையும் நிலைநாட்டிக் கொள்ளும் போராட்டத்தில் ஒன்றுபட்டிருக்கிறார்கள். எனவே இன்று போராட்டக் களத்தில் தங்களை முன்னிறுத்திக் கொண்டிருக்கும் ஆதிவாசிகளின் குரல்களுக்கு அதிக முக்கியத்துவம் கொடுப்பது என்பது தற்காலத்தின் தேவை என்று நான் உணர்ந்திருக்கிறேன். அதன் வெளிப்பாட்டை இந்நூலில் நீங்கள் உணரலாம்.

ஆதிவாசிகளின் தொன்மம், வாழ்க்கை, துயரம், போராட்டம் என்கிற நான்கு பகுதிகளில் ஒருசில கவிதைகளை உங்களது கவனத்திற்காக முன்வைக்கிறது இச்சிறுநூல்.

ஆதிவாசி கவிதைகளை இலக்கிய நோக்கத்தோடு முன் வைக்கும் முதல் தமிழ்ப் புத்தகம் இது. 2002இல் சிறு தொடக்கமாக முன் வைக்கப்பட்ட இப்புத்தகத்தைத் தொடர்ந்து வருமாண்டுகலில் ஏராளமான புத்தகங்கள் இத்திசையில்

வெளிவரும் என நம்பினேன். ஆனால் அப்படி ஏதும் நிகழாத காரணத்தால் நானே இன்னும் கொஞ்சம் கவிதைகளைச் சேகரித்து மொழிபெயர்த்துக்கொண்டு மறுவெளியீடாக இந்நூலை மறுபடி கொண்டு வருகிறேன். சிறு முயற்சிதான். ஆனால் ஒரு மாபெரும் நதியைக்கூட ஒரு சின்ன வெட்டுக்கிளி தத்தித் தாவிவிடும் சிறு ஓடையாகத்தான் பிறக்கிறது என்பதை அறிவோம் நாம்.

இந்திரன்

Indran48@ gmail.com
98407 38224

உள்ளே...

1. தொன்மம் — 15
2. வாழ்க்கை — 25
3. துயரம் — 63
4. போராட்டம் — 69

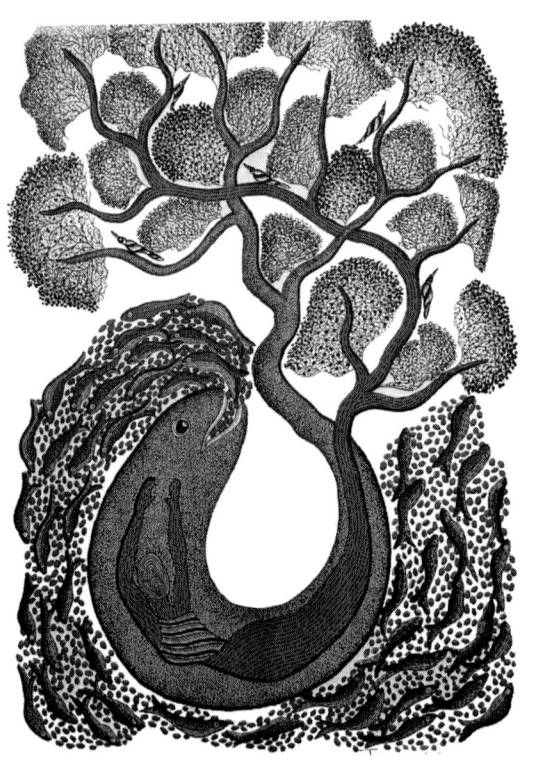

தொன்மம்

தோற்றம்

கடவுள்
முதலில் வானத்தையும், பூமியையும் படைத்தார்.
பிறகு பெண் மயிலைப் படைத்தார்.
அது ஒரு முட்டை இட்டது.

அந்த முட்டை உடைந்தது.
முட்டை ஓட்டிலிருந்து
கெரியா மலைவாழ் ஆதிகெரியாக்கள்
தோன்றினார்கள்.

முட்டையின் வெள்ளைக் கருவிலிருந்து
மயூர்பஞ்சின் புராண மலையினமும்
மஞ்சள் கருவிலிருந்து
மயூர்பஞ்சை ஆளும் பஞ்சாகுடும்பமும்
தோன்றின.

முட்டைத் தோலிலிருந்து
ஓரெயென் மலையின
முன்னோர்கள் தோன்றின.

மயூர்பஞ்ச் பிரதேசத்தின்
பஞ்சயூர் பகுதியில்
இது நிகழ்ந்தது.

- ஒரிசாவின் கெரியா மலைப்பகுதியின் பாடல்

கட்டளை

பழங்காலத்தில்
பாறைகள் நகர்ந்துகொண்டிருந்தன.
அனைத்தும் உயிரோடு இருந்தன.

சூரியதேவன் அவற்றிடம் சொன்னான்.

நீங்கள் உயிரோடு இருக்கிறீர்கள்.
நான் இப்போது
மனிதர்களை உலகத்துக்கு அனுப்புகிறேன்.
அவர்கள் வாழிடங்களை அமைப்பார்கள்.
நீங்கள் அவர்களுக்கு நிழல் தருவீர்கள்.
இப்போது நிலையாக நின்று விடுங்கள்.

நீங்கள் நிலைத்து நிற்காவிடில்
நதி எப்படி கீழே உருண்டு வரும்?

உங்கள் பிளவுகளில்
புற்களும், புதர்களும்
எப்படி வளர முடியும்?

உங்கள் சரிவுகளிலும், பாதங்களிலும்
காடுகள்
எப்படிச் செழித்து வளரமுடியும்?

- பீகாரின் ஜார்கண்ட் பகுதியின் ஆதிவாசி பாடல்

பிறப்பு

சிவன் பிறந்தது எப்போது?
சொல்ல முடியுமா
நீங்கள்?

இயேசு பிறந்தது எப்போது?
சொல்ல முடியுமா
நீங்கள்?

கடவுள்கள் பிறப்பதற்கு முன்பே
நாங்கள் இங்கே இருந்தோம்.

நாங்கள் பிறந்து
ரொம்ப காலத்திற்குப் பிறகுதான்
கடவுள்கள் பிறந்தார்கள்.

மனிதர்களின் மத்தியிலிருந்துதான்
அவர்கள் பிறந்தார்கள்.

நாங்கள்
கடவுள்களுக்கு
முன் பிறந்தவர்கள்.

1994 - 95இல் ஜார்கண்ட் தெற்கு பீகார் பகுதியின் கோயல்கேரோ அணைக்கட்டுத் திட்ட எதிர்ப்புக்கூட்டத்தில் பாடப்பட்ட ஒரு ஆதிவாசி பாடல்.

படையல்

எங்களின் அன்பான மூதாதையரே
நீங்கள் எங்கே உலவுகிறீர்?
நீண்ட பகல், முடிவற்ற இரவு
மலைகளின் மேலே இருக்கும் நிலவு,
கானகத்தின் மழைக்காலம்
நீங்கள் எங்கே உலவுகிறீர்.?

இன்று மீண்டும் வந்து
எங்களின் சிறு படையலை ஏற்றுக்கொள்ளுங்கள்.
ஒரு சிறு மாமிசத் துண்டு,
ஒரு பருக்கை அரிசி
ஒரு குவளை அரிசி சாராயம்,
எங்களின் மகிழ்ச்சிக்கு சாட்சியமாயிரும்.
கொண்டாட்டமும் மகிழ்ச்சியும் நிரம்பிய
பழமையான நிகழ்வுக்கு சாட்சியமாயிரும்.

- ஜார்கண்ட் ஹோ ஆதிவாசி பாடல்

காடுகள் இருக்கட்டும்

நீண்ட நாளுக்கு முன்னர்
இங்கே ஒரு அடர்ந்த காடு இருந்தது.

நமது முன்னோர்கள்
வயல்களை உண்டாக்க
காடுகளை அழிக்க தொடங்கினர்.

சால் மரங்கள் அடர்ந்த பகுதியை
அவர்கள் நெருங்கிய போது
தெனாலி என்றழைக்கப்படும்
அந்தப் பகுதியின் ஆவி
சால் மரங்களை வெட்ட வேண்டாமென்று
கேட்டுக் கொண்டது.

அது அவர்களிடம் சொன்னது :

இது எனது வீடு.
எனவே இந்த காடுகள் இருக்கட்டும்.
நான் உங்களுடன் இருந்து
உங்களைப் பாதுகாப்பேன்.

அறுவடையைக் கொண்டாடும்
மகே பாப் நாளில்
சால் மரங்கள்
பூத்துக் குலுங்கத் தொடங்கும்.

இதற்குக் கைம்மாறாக
எனக்குக்
காணிக்கை செலுத்துங்கள்.

நீங்கள் இதைச் செய்தால்
நான் உங்களைக் காப்பாற்றுவேன்.

- சுவர்ணரேகா அணைக்கட்டுத் திட்டத்தை
எதிர்த்து ஒரு ஆதிவாசி பாடியது.

திரும்பிச் செல்

இதை நாங்கள் படையலிடுகிறோம்.
எங்களால் முடியும்
ஏனெனில் நாங்கள் இன்னமும் உயிரோடு இருக்கிறோம்.
இல்லையென்றால்
எங்களால் எப்படி படையலிட முடியும்?
இதோ நாங்கள்
ஒரு கோழிக் குஞ்சைக் கொடுக்கிறோம்.
இதை ஏற்றுக்கொண்டு வந்த வழியே திரும்பிப் போய்விடு.
திரும்பிப் போய்விடு எங்களின் மூதாதையே.
நீங்கள் திரும்பிச் சென்றபின்
எங்கள் மீது வாதைகளை ஏவாதீர்கள்.

- *கோண்டு ஆதிவாசி பாடல்*

படையல்

அன்பான முன்னோர்களே.
நீங்கள் எங்கே உலவுகிறீர்கள்?

    நீண்ட பகலிலா, முடிவற்ற இரவிலா
    பாறையின் மீதான உச்சி வெயிலிலா
    காட்டின் மழைக்கால மாதங்களிலா?

நீங்கள் எங்கே உலவுகிறீர்கள்.

இன்று திரும்பி வந்து,
எங்களது குறைவான
படையலை ஏற்றுக்கொள்ளுங்கள்.

    ஒரு வாய் அரிசி
    ஒரு கோப்பை அரிசி மதுவை
    ஏற்றுக்கொள்ளுங்கள்.

எங்கள் மகிழ்ச்சியைக் காணுங்கள்.

பழமையான நிகழ்வை.
மகிழ்ச்சியின் கொண்டாட்டத்தை
தயவுசெய்து காணுங்கள்.

- ஹேமா மலையினப்பாடல்

வாழ்க்கை

நிலம்

நமது நிலம்
நமது ஆசிரியர்.

நமது ஆசிரியர் நமக்குச் சொல்கிறார்

நிலத்தை உழுவது எப்படி என்றும்
விதைப்பு செய்யும் முறை என்னவென்றும்

பிரார்த்தனை மூலம் மழையை வரவழைப்பது பற்றியும்
பயிர்களைக் கவனிக்கும் முறைகளையும்

கண்திருஷ்டியிலிருந்து காப்பாற்றுவது பற்றியும்
எப்போது, எப்படி அறுவடை செய்வது என்பது பற்றியும்

மகசூலைப் பகிர்ந்துகொள்வது பற்றியும்
நமது வயிற்றை நிரப்பிக் கொள்வது பற்றியும்

திருப்தியான வாழ்க்கைக்கான வழி பற்றியும்
நமது சடங்குகளை எப்படிச் செய்வது என்பது பற்றியும்

ஆவிகளை நிலத்தோடு இணைப்பது பற்றியும்

நிலத்தின் மீது எப்படி நடந்துகொள்வது
என்பது பற்றியும்

நமது நிலத்தின் மீது
எப்படி நடப்பது. ஓடுவது என்பது பற்றியும்

நமது நிலத்தின் மீது பாடப்படும் பாடல்களைப் பற்றியும்.

நமது அரசு அதிகாரிகளுக்குத் தெரியும்
நமது நிலத்தோடு நமக்குள்ள உறவு.

ஆனாலும்
அவர்கள் அதைக் கண்டுகொள்வதில்லை.

- சலோமி எக்கா, 46 வயது பெண், பட்டுச்சுனு ஓரிசா

மயில் நடனம்

சிவப்பும் பச்சையுமாய்
புள்ளி புள்ளியாய்
படபடக்கிறது உனது நீண்ட வால்.
உன் நிழலைப் பார்த்துக்கொண்டே நீ ஆடுகிறாய்.
அன்பான மயிலே
எந்த நடனம் உன் இடுப்பை உடைக்கிறது என்று
எனக்குச் சொல்வாயா?

- *ஜுவான் மயில் நடனப் பாடல்*

மழைக் கடவுள் வந்து விடுவார்

அன்பான சகோதரர்களே வாருங்கள்.
அன்பான சகோதரிகளே வாருங்கள்.
ஒரு பல்லி பெருமையுடன்
தலையைத் தூக்கிப் பார்ப்பது போல இருக்கும்
குன்றின் சரிவுக்குப் போவோம்.

எலியின் பல்லைப் போலிருக்கும்
கதிர் அரிவாளைக் கொண்டு
புதர்களை வெட்டுவோம்
காடுகளைச் சுத்தம் செய்வோம்
மரங்களை வெட்டுவோம்
மண்ணில் பள்ளம் தோண்டுவோம்.

மிக விரைவில்
மழைக் கடவுள் வந்து விடுவார்.
அன்பான சகோதரர்களே வாருங்கள்.
அன்பான சகோதரிகளே வாருங்கள்.
உங்களின் புல்லாங்குழலை மட்டும்
கொண்டு வர மறந்து விடாதீர்கள்.

குறிப்பு: சௌரா பழங்குடியினர் பயிர் செய்ய
நிலத்தை தயார் செய்யும்போது பாடும் பாடல்

அழாதே குழந்தாய்

அழாதே குழந்தாய் அழாதே
இப்போது அழாமல் பாலைக் குடி.
சேவல்கள் கூவுகின்றன.
குயில் கூவுகிறது.
குழந்தாய் நீ அழுதால்
நான் எப்போது கஞ்சி காய்ச்ச முடியும்?
உன் அப்பா நேற்று மாலை
வயலுக்குக் காவல் காக்கப் போயிருக்கிறார்.
காட்டுக் கரடியும், விலங்குகளும்
பயிரை நாசம் செய்கின்றன.
என் அன்புக் குழந்தையே
உன் அப்பா இரவுக் காவல் செய்து
இப்போது பசியாக இருப்பார் அல்லவா?
அன்பான என் செல்லக் குழந்தையே
இப்போது பாலை குடித்துவிட்டு
அழாமல் இருப்பாயா?

- *செளரா பழங்குடியினர் பாடல்*

குயிலின் பாடல்

காட்டுத்தீ பற்றியெரிகிறது
காலி மூங்கிலில் தண்ணீர் ஊற்றி
அதை அணைத்து விடு.
கூகூவெனக் கூவும் குயிலே
நீ பாடும் பாடலின் அர்த்தம் எனக்குத் தெரியும்.

- ஜுவான் பழங்குடியினரின் நடனப் பாடல்

ரட் ரட் ரட்

ருங்குட்டியா பறவையே
ருங்குட்டியா பறவையே

கங்கைக் கரைப் பயிரின்
தண்டில் அமர்ந்துகொண்டு
தானியத்தை
ரட் ரட் என்று கொறித்துத் தின்கிறாய்.

ருங்குட்டியா பறவையே
ருங்குட்டியா பறவையே

நீ மெலிதான நெற்பயிரில் அமர்ந்துகொண்டு
தானியத்தை மரத்திலிருக்கும்
உன் கூட்டுக்குக் கொண்டு போகிறாய்.

ருங்குட்டியா பறவையே
ருங்குட்டியா பறவையே

ரம்பை வாசனை இலை மேல் அமர்ந்துவிட்டு
அதன் பழத்தைக் கவ்வியபடி
உன் கூட்டுக்குப் பறந்து செல்கிறாய்
பழத்தின் கொட்டையை
ரட் ரட் என்று கொறித்துத் தின்கிறாய்.

— *ஜுவான் ஆதிவாசி பாடல்*

காதல்

கடிக்கும் குளிருக்குப் பிறகு
ஒரு ராஜாவைப் போல், ஒரு ராணியைப் போல்
உடையணிந்து கொண்டு வந்து நிற்கிறாய்.
உனக்காக எத்தனை நாள் காத்திருப்பேன்
சித்திரை நிலவு வானத்தில் ஏறி விட்டது.

பழைய மஞ்சள் இலைகளை
நீ எடுத்துக்கொண்டு விட்டாய்.
அதை ஒரு பச்சை இலைப் புடவை போல்
உடுத்திக்கொண்டு விட்டாய்.

காட்டிலிருக்கும் மரங்களை நான் பார்த்தேன்.
அவை மொட்டுகளாலும்,
மலர்களாலும், பழங்களாலும்
நிரம்பி வழிகின்றன.

- *முண்டா ஜாடூர் பாடல்*

சாப்பாட்டில் உப்பு இல்லை

நிம்மதியற்ற அந்த குறும்புக்காரச் சேவல்
எங்கே போயிற்று?
விளையாட்டு புத்தியுள்ள அந்த பாடும் பெட்டைக் கோழி
எங்கே போயிற்று?
குறும்புக்காரச் சேவல் பறவைகளைக் கொல்லப்போயிற்று.
விளையாட்டு புத்தியுள்ள பெட்டைக் கோழி
புழுக்களைச் சேகரிக்கப் போயிற்று
சாப்பிட ஒன்றுமில்லையென்று
பறவைகளைக் கொல்லப்போயிற்று
சாப்பாட்டில் உப்பு இல்லையென்று.

- *முண்டா ஜாடூர் பாடல்*

மகளே நீ

நான் நிலாவுக்காகக் காத்திருந்தேன்
ஆனால் அது ஒரு மலராக வந்தது.
என் மனசிலிருந்த நெருப்பு மொத்தமும்
அணைக்கப்பட்டு விட்டது.
நிலவே நீதான் எனது மொத்த சந்தோஷமும்.
என் மகளே.
நீ ஒரு மலராக வந்தாய்.
உன் முகம் ஒரு முழுநிலவாக இருக்கிறது.
நீதான் என் மனதின் நிம்மதி.
நீ ஒரு நிலவாக எழுகிறபோது
எல்லா இடத்திலும் நீயே இருக்கிறாய்.

- முண்டா ஜாடூர் பாடல்

இலைப் போர்வை

சித்திரை மாதம் வந்தது.
சால் மலர்கள் கிளைகளில் மலர்ந்தன.
புதிய மரத்தில், புதிய கிளைகளில்
புதிய தளிர்கள்
நெருக்கி அடித்து துளிர்த்ததில்
சால் மலர்கள்
வெறி பிடித்து மலர்கின்றன.
கிளைகள் இப்போது மறைந்துவிட்டன.
புதிய தளிர்கள் நெருக்கியடிக்கின்றன.
மொத்த காடும்
இலைகளால் மூடப்பட்டு விடுகிறது.

- முண்டா ஜாடுர் பாடல்

இப்போதே நடனமாடு

ஓ என் மகளே
இந்த இளமையிலேயே
நீ நடனமாடி விடு.
கரமா விளையாட்டை விளையாடி விடு.
பிறகு இந்த நடனம்,
இந்த கரமா விளையாட்டு
எல்லாம் ஒரு முடிவுக்கு வந்து விடும்.

உனக்கு ஒரு குடும்பம் என்று வந்துவிட்டால்
அரிசிக்கும். பருப்புக்கும்
கவலைப்பட வேண்டியதாகி விடும்.
உன் பகலையும். இரவையும் நிரப்பும்
புன்னகை பூக்கும் இந்த வார்த்தைகள்
முடிவுக்கு வந்து விடும்.

நீ எவ்வளவுதான் வருத்தப்பட்டாலும்
நீ எவ்வளவுதான் கோபப்பட்டாலும்
உனது இளமைக்காலம்
உனக்குத் திரும்பி வரப்போவதில்லை.

- முண்டா கரமா பாடல்

வருவானா?

குயில் கூகூ என்று கூவுகிறது.
வருடம் முடிந்துவிட்டது.
அவனை எங்குமே காணவில்லை.

அவன் சொல்லிவிட்டுப் போன
ஐந்து நாள்கள் மட்டுமே இருக்கின்றன.
ஐயோ, எங்கே என் நண்பன் சென்றான்?
எங்கே என் காதலன் மறைந்தான்?
பலாஸ் மரங்கள் பற்றி எரிந்து விட்டன.
மாஹூல் மரங்களில் இலைகள் அடர்ந்து விட்டன.
இருந்தும் அவனைப் பற்றிய சுவடே இல்லை.
பின் யாருக்காக நாங்கள் மாலை தொடுப்போம்?
அவன் வருகையை நினைத்து நினைத்து
எங்கள் பார்வைகள் பாதையில் ஒட்டிக்கொண்டன.
உணவு கசக்கிறது..
அவன் எப்போது வருவான் என்று யார் சொல்வார்கள்?

- *முண்டா கரமா பாடல்*

பூக்களின் திருவிழா

>ஓ! வீட்டின் வாசற்படியே.
>உனக்குப் பூக்களைப் படையல் போடுகிறோம்.

எங்கள் மீது கருணையோடிரு.
எங்களின் தானியக் குதிர்களை
தானியங்களால் நிரப்பு.

>இது பூக்களின் திருவிழா-
>நாங்கள் பூக்களைப் படையல் போடுகிறோம்
>எங்களின் வீட்டு வாசலுக்கு.

புதிதாய்ப் பிறக்கப்போகும் வருடத்தை
கடவுள்கள் வாழ்த்தட்டும்.

உங்களது தானியக் குதிர்கள்
நிரம்பி வழிகிற வரை அவை நிரம்பட்டும்.

உங்கள் பயிர்கள் வளர்ந்து செழிக்கட்டும்.

>பருவகாலங்களும். மாதங்களும்
>திரும்பி வரட்டும்.

பூக்கள் மீண்டும் மீண்டும் மலரட்டும்.

நாம் இங்கேயே தொடர்ந்து வாழ்வோமென்றால்
பூக்களின் திருவிழா
மறுபடி வரட்டும்.

- கார்வாலி மலையினப் பாடல்

நமது உணவு

நமது உணவைப் பயிர்செய்ய
நமக்கு நிலம் வேண்டும்.

நமது நிலத்திற்கான உணவு.

    நமது முன்னோர்களின் ஆவிகளும், பிற ஆவிகளும்
    நமக்கான உணவை அளிப்பார்கள்.

நமது நிலத்தில் விளைவிக்கிறபோது
நமது உணவு சுவையாக உள்ளது.

    நமது முன்னோர்கள்
    நமது உணவுகளில் சுவாசித்திருக்கிறார்கள்

நமது ஆவிகள்
அவற்றின் மீது மழை கொண்டு வருகின்றன.

    நமது தந்தை தர்மேஸ்
    அவற்றின் வண்ணங்களைக் கொண்டு வருகிறார்.

நமது காடுகள்
அவற்றிற்கு வெதுவெதுப்பைத் தருகின்றன.

கடை உணவு கசக்கிறது.

நாம் கசப்பான உணவில் வாழ்கிறோம்.

    கசப்பான உணவுகளோடு
    நாம்
    நீண்டநாள் வாழ மாட்டோம்.

- ஜர்படா மலையின் பாடல், ஓரிசா.

நிலா நடனம்

மரங்கள் அசைகின்றன, மகிழ்ச்சியாக உள்ளன.
மாகே. கர்மா, கொர்ய திருவிழாக்களின் இரவுகளிலும்
பா, சார்ஹீல் ஆகிய மலர் விழாக்களிலும்

முழுநிலாவில்
நடனமாடும் எங்கள் குழந்தைகளின் மீது
மரங்கள் தங்கள் நிழலைச் சாய்க்கின்றன.
உயரமாகவும், அகலமாகவும்
வலிமையாகவும் வளர்ந்து
மலர்களாலும், கனிகளாலும், விதைகளாலும்
கனத்து நிற்கின்றன.

நாங்களும் வலிமையாகவும், ஆரோக்கியமாகவும்
மகிழ்ச்சியால் கனத்துப்போயும் நிற்கிறோம்.
எங்களது ஆடுகள்
கானகங்களில் மேயப்போய்
மான்களோடு கலக்கின்றன.

புலிகள் சிலவற்றை
எடுத்துக்கொண்டு போய்விட
இதற்காக நாங்கள்
புலிகளை வேட்டையாடுவதில்லை.

ஏனெனில்
அவற்றிற்கு என்றும்
உரிமைகள் உள்ளன.

- ஜார்கண்ட் ஆதிவாசி பாடல்

கனவுகள்

நாங்கள் கனவு காண்கிறோம்.

எங்களின் மூதாதையர்கள் பற்றியும்
ஆவிகள் பற்றியும்
வாழும் முறை பற்றியும்
மாறும் முறை பற்றியும்
எதிர்காலம் பற்றியும்
இறந்தகாலம் பற்றியும்

கனவுகள் காண்கிறோம்.

எங்களின் ஒவ்வொரு கனவிலும்
எங்கள் நிலத்தைக் கனவு காண்கிறோம்.

எங்கள் நிலத்தில் வாழவில்லையெனில்
நாங்கள் மரணத்தைத் தழுவுகிறோம்.

எங்கள் நிலத்திலிருந்து கிடைக்காத
ஆரோக்கியம் என்ற ஒன்று
எங்களிடம் இல்லை.

எங்களின் மரணத்துக்குப் பிறகு
மூதாதையர்களாக நாங்கள் வாழ மாட்டோம்.

எங்கள் குழந்தைகள்
எப்படி ஒன்றுகூடி வாழ இயலும்?

பயிர் செய்பவன் அழிந்து விடுவான்.

    நாங்கள் முடிந்து போவதை
    அவர்கள்
    கவனித்துக்கொண்டுதான் இருக்கிறார்கள்.

அவர்கள் அதற்காக
காத்திருக்கிறார்கள்.

- தர்கேரா ஆதிவாசி பாடல், ஒரிசா.

மரணம்

வசந்தம் வருகையில் நீ இல்லை

    என் சிறிய பெண்ணே,
    அவர்கள் உன்னை
    எங்கே மறைத்தனர்.

எந்த வானத்தில்
எந்த பூமிக்குக் கீழே
எந்த மரத்தின் வேருக்குக் கீழே
உன்னை மறைத்து வைத்தனர்?

இப்போது இங்கே வசந்தம்.

மஹூல் மரங்கள்
பூக்களால் குலுங்குகின்றன.

    என் இளைய சிறு பெண்ணே,
    உன்னை அது
    எங்கே ஒளித்து வைத்துவிட்டது?

காட்டின் உள்ளே
உன்னை மறைத்து
உதிர்ந்த சருகுகளால்
மூடி வைத்திருக்கிறார்களா?

அல்லது.
கெட்ட தெய்வங்களில் ஏதேனும்
உன்னைத் தின்று விட்டதா?

என் சிறு பெண்ணே
நீ எங்கே போனாய்?

இங்கே
மீண்டும் ஒருமுறை
வசந்தம் வந்துவிட்டதே.

- போண்டா இனப்பாடல்

பிரிவு

இப்போது
என் படுக்கை
எவ்வளவு இருட்டாயிருக்கிறது.

உனது உடம்பு நிலவு.
உனது கண்கள் கலைமான்களுடையவை.
எனது வைரமே,
உனது கூந்தல் நீளமானது.

நீ என்னை
இரண்டு நாள் காதல் செய்தாய்.
இப்போது
உனது நிலத்துக்குப் போய்விட்டாய்.

இப்போது
என் படுக்கை
எவ்வளவு இருட்டாயிருக்கிறது.

மாமரக்கிளையில் குயில் அழுகிறது.
காட்டில் மயில் அழைக்கிறது.
நதிக்கரையில் கொக்கு குரல் கொடுக்கிறது.

இவற்றின் இசையை
நான் என் காதலியின் குரலாகத்
தவறாகப் புரிந்துகொள்கிறேன்.

> இப்போது
> என் படுக்கை
> எவ்வளவு இருட்டாயிருக்கிறது.

சூரியனின் வெளிச்சத்தைத் திருடி
சந்திரன் எழுகிறது.

> அவள் தொடைகளுக்கிடையில்
> அவன் அமிர்தத்தைத் திருடுகிறான்.

மாமரக்கிளையை நீ உலுக்குகிறாய்.
நீ அதைக் கீழே இழுத்து முறித்துவிட்டாய்.
நீ என்னைக் காதலுக்காக அழ வைத்து விட்டாய்.
நீ ஒரு கயிற்றை வெட்டி
கிளையோடு கட்டினாய்.

அதை அசைத்து அசைத்துக் கீழே தள்ளிவிட்டாய்.

சிக்னிமுகி கிராமத்தின்
ஒல்லியான பெண்
எனது வீட்டில்
என்னோடு காதல் வார்த்தைகள் பேசுகிறாள்.

வா,
நாம் காட்டிற்கு போவோம்.

நிலா மேலே வருகிறது
நிறைய நட்சத்திரங்களால் சூழப்பட்டு.
உனக்கு என்னைப் பிடிக்கவில்லை என்றால்
உன் விருப்பம் போல் செய்.
ஆனால் உன் மேல் உள்ள காதலால்
நான் தூரத்துக்கு விலகிப் போகமாட்டேன்.

உன் பழக்க வழக்கங்கள் பற்றி
எனக்குக் கவலை இல்லை.
உன் நீதிநெறிகளைப்பற்றி
எனக்குக் கவலை இல்லை.

உனது நாக்கு
இனிப்பாக இருக்கும் வரையிலும்

நீ என்னை கவனித்துக்கொள்ளும் வரையிலும்
எதைப் பற்றியும் கவலை இல்லை.

உனது கிணற்றிலிருந்து
கொஞ்சம் தண்ணீர் கொடு.
எனது மனசை கழுவிக்கொண்டு
"மனமே அமைதியாக இரு".
என்று சொல்வி விடுவேன்.

ஆனால் இதுபோன்ற ஒன்றை
என் உடம்பிற்கு நான் எப்படிச் சொல்லமுடியும்?

பெண்ணே,
நான் உன்னை விடவே மாட்டேன்.

இங்கு என்ன இருக்கிறதோ
அதை நாம் இருவரும் சேர்ந்து சுவைக்கலாம்.

பூமித்தாய் முதலில் பிறந்தாள்.
மனிதன் பிறகுதான் பிறந்தான்.

ஒவ்வொரு வேலியிலும் அவர்கள்
கொம்புகளை நடுகிறார்கள்.

உனக்குப் புரியாது பெண்ணே
உன்னை நான் விடவே மாட்டேன்.

நிலவுக்கு
வயது இரண்டு ஆகிறது.
அவர்கள் வீட்டில் விளையாடுகிறார்கள்.

காதலியே,
உன்னைக் கனவில் கூட காண முடியவில்லை.

நடு இரவில் கண்விழித்து
உன்னை தேடிப் பார்த்தும் என்னால்
உன்னை கண்டுபிடிக்க முடியவில்லை.

- சட்டிஸ்கார்ஹி மலையினப்பாடல்

கையறுநிலை

என் மகனே
எங்கே உன்னை ஒளித்து வைத்திருக்கிறார்கள்?

என் சிறுகுழந்தையே
தானியக் குதிரின் பின்னால்
உன்னை மறைத்துள்ளார்களா?

கோதுமை வயலுக்குப் பின்னால் மறைத்தார்களா?
உன்னைக் காட்டிற்குக் கொண்டு சென்று
இலைகளால் உன்னை மூடிவிட்டார்களா?

ஓ, என் மகனே
உன்னை எங்கே மறைத்தார்கள்?

மகனே
நீ வாழ்ந்தபோது
நான் ஒரு ராணிபோல் இருந்தேன்.

சிம்மாசனத்தின் மீது இருப்பது போல்
எனது முலைகளுக்கு நடுவே
நீ இருந்தபோது
நான் ராணி போல் இருந்தேன்.

நீ இப்போது இறந்துவிட்டாய்.
நான் உன்னைக்
கடினமான தரையில் கிடத்த வேண்டியிருக்கிறது.

ஒரு தங்கச் சீப்பை எடுத்துக்கொள்.
பளபளக்கும் நீரில் குளி.
கண்ணாடியில் உன் உடம்பைப்பார்.

    உடம்பு களிமண்ணால் செய்யப்பட்டுள்ளது.

    அது மண்ணோடு மண்ணாக
    மீண்டும் கலந்துவிடும்.

அது
வெண்கலத்தால் செய்யப்பட்டிருந்தால்
அதை
வேறொன்றாக மாற்றிவிடலாம்.

அது
செம்பினால் செய்யப்பட்டிருந்தால்
அதை
வேறொன்றாக மாற்றிவிடலாம்.

    ஆனால் உடம்போ
    களிமண்ணால் செய்யப்பட்டுள்ளது.

அதை யாராலும் மாற்றமுடியாது.

கிராமத்திலிருந்து
உடம்பைக் கொண்டு போன போது
அந்த இடம் தனிமையாயிருந்தது.

சுடுகாடு வரை நாங்கள் அதற்குத்
துணையாகச் சென்றோம்.

வாத்து தனியாகப் பறந்து சென்றுவிட்டது.

கற்களைத் திரட்டி
ஒரு மாளிகை செய்ததாக மக்கள் சொல்கிறார்கள்.

ஆனால் அந்த வீடு உன்னுடையது அல்ல.
என்னுடையதும் அல்ல.

ஒரு பறவையின் பறத்தலைப்போல
அது வெளியே நிகழ்கிறது.

- சவோரா ஆதிவாசி பாடல்

ஒப்பாரி

இப்போது வசந்தம் வந்துவிட்டது இங்கு.
மஹூல் மரங்கள் மலர்களால்
வெடித்து விடும்போல் உள்ளன.
என் சின்னஞ்சிறு குழந்தையே
உன்னை எங்கே மறைத்து வைத்திருக்கிறார்கள்?

அவர்கள் உன்னை ஆழ்ந்த காட்டுக்குள் புதைத்து
உதிர்ந்த இலைகளால் மூடி விட்டார்களா?
தீய தெய்வம் ஏதேனும் உன்னைச் சாப்பிட்டு விட்டதா?
என் சின்னஞ்சிறு பெண்ணே
நீ எங்கே இருக்கிறாய்?
மீண்டும் ஒருமுறை வசந்தம்
இங்கே வந்துவிட்டது.

- போண்டா ஆதிவாசி பாடல்

பிரிவு

இரவு விடைபெறுகிறது.
வயல்கள், மரங்கள், குன்றுகள்
எல்லாமே
இருண்ட வயிற்றிலிருந்து
பள்ளத்தாக்கில் விழுகின்றன.
பிரிதலுக்கான நேரம் வந்துவிட்டது.

இந்த விடியலில்
நான் கோபமாய் இருக்கிறேன்.
விடியல் ஏன் இன்னும் கொஞ்ச நேரம்
தூங்கக் கூடாது?
நீ இல்லாத இந்த வீடு
வீடல்ல.
நீ இல்லாத இந்த கிராமம்
கிராமம் அல்ல.
நமது எதிரியான விடியல்
இதோ வந்துவிட்டது.

- போண்டா ஆதிவாசி பாடல்

ஆசை

அவள் உடம்பு
மண் விளக்கிலிருந்து வரும்
ஒரு சுடர்.

என் மனம்
அவளைத் தொடச் சொல்கிறது.
டிர்ர்ர்ர்ரி- ரிர்ர்ர்ர்ரி.

வீட்டை விட்டு வெளியே போக
எந்த வேலையை எடுத்துக்கொண்டால்
பொருத்தமாய் இருக்கும்?
வீடு முழுவதும்
மைத்துனர்கள் நிரம்பியிருக்கிறார்கள்.
புல்லாங்குழல் பாடிக்கொண்டே போகிறது.
டிர்ர்ர்ர்ரி- ரிர்ர்ர்ர்ரி.

- முண்டா ஆதிவாசி பாடல்

அப்படி பேசாதே பெண்ணே

கொடூரமான வார்த்தைகளை
என்னிடம் பேசாதே என் பெண்ணே.
என் இதயம் உனக்காக
எப்படி அடித்துக்கொள்கிறது
என்பது உனக்குத் தெரியாதா?

நீ ஒரு மங்கை.
நான் ஒரு மணமாகாத இளைஞன்.
நாம் இருவரும்
ஒருவருக்கொருவராய்ப் படைக்கப்பட்டோம்.
குவிக்கப்பட்ட மணல் மீது
மண் பானை
நிம்மதியாக உட்கார வேண்டாமா?

கொடூரமான வார்த்தைகளை
என்னிடம் பேசாதே என் பெண்ணே.
என் இதயம் உனக்காக
அடித்துக் கொள்கிறது.

- *முண்டா ஆதிவாசி பாடல்*

அவசரம் கூடாது

மைனாவே
நீ நதியில் இறங்கிவிட்டாய்
கொஞ்சம் தண்ணீர் குடிப்பதற்காக.

தண்ணீரைக் குடிக்க
நீ ரொம்பவும் அவசரப் படுகிறாய்.

அவசரப்படாதே மைனாவே.
முதலில் உன்னை நிலைப்படுத்திக்கொள்.

முதலில்
நதியை முறையாக அணைத்துக் கொள்.
அதன் பிறகு
நீ நீரைப் பருகலாம்.

- முண்டா ஆதிவாசி பாடல்

வந்து விடு

நீ ஒரு சிறுமியாக இருந்தபோது
நம் கிராமத்து தெருப் புழுதியில்
நீ விளையாடுவதை
நான் பார்த்திருக்கிறேன்.

நான் உன்னை வழி மறித்தபோது
நீ தப்பித்து ஓடியிருக்கிறாய்.

நான் இப்போது வளர்ந்துவிட்டேன்.
உன்னிடம் ஒரு வார்த்தைதான் பேச வேண்டும்.

நீயோ
பேச இடம் கொடுக்க மாட்டேன் என்கிறாய்.
ஆனால் என்னிடமிருந்து
ஒரு வார்த்தைக்காக எப்போதும் ஏங்குகிறாய்.
என்னிடமிருந்து ஒரு பாடலை
நீ கண்களால் கேட்கிறாய்.

வந்து விடு வெறும் பதினைந்து ரூபாயுடன்.

- ஹோ ஆதிவாசி பாடல்

காட்டுப் பூக்கள்

என் அன்பே
பளிச்சென்ற இந்த வெயிலில்
கேசாரிபேடா கிராமத்தில் நீ கீரை பறிக்கிறாய்.
இந்த மண்டை பிளக்கும் வெயிலில்
பச்சென்று வேலியில் படர்ந்த கொடிகள்
அலைகளைப் போல் அசைகின்றன.
புதர்க் காட்டிலிருந்து பெண் தோன்றுகிறாள்
வெட்டி எடுக்கப்பட்ட கிளைகளைத்
தலையில் சுமந்தபடி.

வா நாம் இருவரும்
சால் இலைகளின் பஞ்சாங்கம் ஒன்று செய்வோம்.
மஹூல் மலர்களால் ஆன பஞ்சாங்கம் ஒன்று செய்வோம்.
காட்டுப் பூக்களால் ஆன
எத்தனை அழகான கூந்தல் அலங்காரம் உன்னுடையது.
இந்த காட்டுப் பூக்களை நான்
காட்டில் பலமுறை பார்த்திருக்கிறேன்.
இப்போது இந்த காட்டுப் பூக்களை
நான் எப்போது ஞாபகத்தில் வைத்திருப்பேன்.

- **ஹோ ஆதிவாசி பாடல்**

பிரிவாற்றாமை

கிராமத்துத் தெருக்களில்
நடனங்கள் எல்லாம் முடிந்துவிட்டன.
மரங்களில்
பூக்கள் வாடிவிட்டன.
மேற்கில் நட்சத்திரங்கள் மறைந்துவிட்டன.
நிலவு களைத்துப் போய் வெளிறி விட்டது.
என்னை என் வீட்டுக்குப் போக விடு.
வீட்டுக்குப் போய்
உன்னைப் பற்றி கனவு காண
என்னைப் போக விடு.

- *சந்தாலி ஆதிவாசி பாடல்*

ஒன்று சேர்தல்

நதியிலிருந்து பாடும்
பறவையின் பெயர்தான் என்ன?
இரவில் விடாமல் கூவியழைக்கும்
பறவையின் பெயர்தான் என்ன?

நதியில் காட்டு வாத்து
அழுகிறது.
மயில்
இரவெல்லாம் அகவுகிறது.

நாம் இருவரும் ஒன்று சேரும்படி
அது சொல்லிக்கொண்டே இருக்கிறது.

- ஓரான் ஆதிவாசி பாடல்

தகையணங்குரைத்தல் - 1

உனது கால்கள்
ஒரு சிறு கோபுரத்தை செய்கின்றன.
உனது இடுப்பு வாழை மரத்தைப் போல்
மெலிதாக இருக்கிறது.
உனது வயிறு சின்னஞ்சிறு பறை.
உனது முலைகள்
ஒரு வாசலின் இரண்டு கதவுகள்.

- ஜுவாங் ஆதிவாசி பாடல்

தகையணங்குரைத்தல் - 2

நான்
உனது கரங்களில் மாவிலைகளைக் கட்டுகிறேன்.
உனது காதுகள்
இரு சியாலி இலைகள்.
உனது மூக்கு
குளவிக் கூடு.
உனது கண்கள்
இரவில் ஜொலிக்கும் நட்சத்திரங்கள்.

- *ஜுவாங் ஆதிவாசி பாடல்*

எங்கே சாலை முடிவடைகிறதோ

இதுவரை கேள்விப்பட்டதோ
இதுவரை அறிந்ததோ இல்லை.
அங்கேதான் சாலைகள் சந்திக்கின்றன.

அங்கேதான் அவை இருந்தன. -
ஒரு பியோ பறவையும், ஒரு கேங் பறவையும்-
அவை ஏன் என்னை அழைக்கின்றன?
அவை ஏன் என்னை வருந்த செய்கின்றன?

வாருங்கள் சகோதரர்களே
வாருங்கள் மாமன்களே
அந்த கிராமத்துக்கு
அந்த வீட்டுக்கு நாம் போவோம்.
அவை அங்கே வரும்
இளித்துக்கொண்டும் சந்தோஷமாகவும்
காமத்தில் திளைக்கும் அவை இரண்டும்
அங்கே வரும்.

- கோண்டு ஆதிவாசி பாடல்

முறைப்பெண்

பழைய இதயங்கள் இன்னமும் துடிக்கின்றன.
நாங்கள் உயிரோடு இருக்கிறோம்.
இங்கேதான்
செத்துப்போன எனது முன்னோர்களின்
பழமையான கிராமம் இருக்கிறது.
வாருங்கள் இன்று
கொண்டாட்டங்களில் ஒன்று சேருவோம்.

கிழவனின் நடனம் இன்னும் கொஞ்ச நாளுக்குத்தான்.
எனவே உயிர் வாழும்வரை
மகிழ்ச்சியை அனுபவிப்போம்.

என் அன்பே
என் காதலியே
என் எதிர்காலத் துணையே
நான் உன்னோடு மகிழ்ச்சியை அனுபவிக்கிறேன்.
என் மாமன் மகளே
நீ எனக்குத்தான் சொந்தம்.
நான் இப்போது உன்னை
என் மனைவியே என்று அழைக்கிறேன்.

- கோண்டு ஆதிவாசி பாடல்

அவளின் கண்கள்

சிதையின் வெளிச்சம்
மாலை நேரத்து வானத்தை வெளிச்சமாக்குகிறது.
அவளது புன்னகைக்கும் முகம்
சாம்பலாகிவிட்டது.
இரவில்
அவள் கண்கள்
இருண்ட வானத்தில் ஜொலிக்கின்றன.

- *சந்தாலி ஆதிவாசி பாடல்*

நிலா மாமா

ஓ நிலா மாமனே
இன்று நீ புதிதாக
வானத்துக்கு மீண்டும் வந்திருக்கிறாய்.
முழுநிலவாக இருந்து தேய்ந்து தேய்ந்து
மெலிதான ஒரு புல்லைப் போல் ஆகிவிட்டாய்.
அழியாது என்றும் வாழும் வானத்தில்
இன்று புதிதாக முளைத்து இருக்கிறாய்.
எங்களையும் உன்னைப் போல் மாற்றுவாயாக.
எங்களுக்கு வயது முதிர்கிறபோது
நாங்கள் மீண்டும்
எங்கள் குழந்தைப் பருவத்துக்கு வந்துவிடவேண்டும்.
நாங்கள் உன்னை வழிபடுகிறோம்.
நாங்கள் உயிரோடு இருக்கும்போதுதான்
நீங்களும் மகிழ்ச்சியோடு இருப்பீர்கள்.

- ஹோ மாகெ பரபு பாடல்

துயரம்

நாங்கள்

நாங்கள் ஆதிவாசிகள்.
இயற்கையின் உயிரினங்கள்.

மொத்த மனித குலத்திற்கும் விருப்பமான
இயற்கையின், பறவையின் குரல்கள்.

சலசலத்து ஓடிக்கொண்டிருக்கும்
ஓடைகளின், நதிகளின்
கோடிக்கணக்கான, லட்சக்கணக்கான
குரல்களின் குரல்கள் நாங்கள்.

பிரபஞ்சத்தின் ரகசியங்களை
ஒன்றிணைக்கிற
இயற்கையின் விஞ்ஞானிகள்.

கானகத்து தாய்
இயற்கையின் தந்திகளை மீட்டுகையில்
இயல்பான கலையின்
உன்னத நடனக்காரர்களாக
வடிவம் கொள்கிறோம் நாங்கள்.

இப்போது
நமது வாழ்க்கையில்
தந்திக் கம்பிகளின் இசைவும்
இயற்கையும், கானகத் தாயும்
வெட்டப்பட்டுள்ளனர்.

இது நமது பாடல்களையும், நடனங்களையும் தாக்கி
அவை இல்லாமல் செய்துவிட்டன.

இப்போது
எங்குமே சோகம் நிரம்பியுள்ளது.

நமது கானகத் தாயிடமிருந்து
நம்மை வேரோடு பிடுங்கி
எல்லா சக்திகளையும்
பயன்படுத்தும் உரிமைகளையும்
பறித்துக் கொண்டாயிற்று.

ஏன் இது?
யார் அந்த சர்வாதிகாரிகள்?

- அஞ்சையா, 27- வயது கோயா மலையின கவி
ஆந்திரபிரதேசம்.

அவர்கள்

    காடுகளால் சூழப்பட்டு
    நதிகளால் பாதுகாக்கப்பட்டு வரும்

        அருமையான நாட்டில்
        நான் பிறந்தேன்.

    தங்கமும், வெள்ளியும்
    அரிய உலோகங்களும் கொண்ட

        அருமையான நாட்டில்
        நான் பிறந்தேன்.

    ஆமாம்,
    நான் இத்தகைய அருமையான நாட்டில்தான் பிறந்தேன்.

        அந்நியர்கள்
        இங்கே வருகிறார்கள்.

    நமது ஏரிகளையும் நதிகளையும்
    கவர்ந்து கொள்கிறார்கள்.
    நமது நிலத்தை
    மற்றவர்கள் எடுத்துக்கொள்ள அனுமதிப்பதை
    நமது ஆவிகள் விரும்புவதில்லை.

        இல்லை.
        நமது ஆவிகள் விரும்புவதில்லை.

    நமது நிலத்தை
    மற்றவர்கள் எடுத்துக்கொள்ள அனுமதிப்பதை.

        - சுவர்ணரேகா *அணைக்கட்டு திட்டத்திற்கு*
            ஆதிவாசியின் எதிர்ப்புக்குரல்

யூகலிப்டஸ்

யூகலிப்டஸ் மரங்கள் அழகானவைதான்.

ஆனால்
ஆடுகள் மேயும் புற்களுக்கான
நிலத்தடி நீரைக் குடித்து விடுகின்றன.

குளத்துக்குப் பக்கத்தில்
பாறையில் கூட
அவை செழித்து வளர்கின்றன.

ஆனால் அவை உதிர்க்கும் இலைகள்
குளத்திலுள்ள நிறைய மீன்களை
சாகடித்துவிடுகின்றன.

காட்டிலாக அதிகாரியின் மனைவி
தங்கத்தில் கனக்கும் நகைகளால்
தன்னை அலங்கரித்துக்கொள்கிறாள்.

அவருக்குக் கல்கொத்தாவில்
இரண்டு வீடுகள் உள்ளன.
அவரது மகன்களும், மகள்களும்
புத்திசாலிகளாக உள்ளனர்.
கர்நாடகாவில் அவர்கள் படிக்கிறார்கள்.

- ஜார்கண்ட் பகுதியின் பெயர் தெரியாத கவிஞன்.

வந்தவர்கள்

நம்மை இன்று அதிகாரம் செய்பவர்கள்.
ஒருகாலத்தில்

நமக்கு பக்கத்தில் வசிப்பதற்காக வந்தார்கள்.

நாம் அவர்களுக்குப் பழங்களையும்,
கிழங்குகளையும் கொடுத்தோம்.

நமது தாய்கள்
அவர்களுக்குப் பால் கொடுத்தனர்.

நமது தந்தையர்
அவர்களுக்கு உணவு கொடுத்தனர்.

அப்போது அவர்கள் வெறுமனே வாழ்பவர்கள்
என்று புரிந்துகொண்டிருந்தோம்.

இப்போது அவர்கள் கொடுமையானவர்கள்
என்று தெரிந்துகொண்டோம்.
வந்தவர்கள்
வெறும் கைகளோடு வந்தார்கள்.

இன்றைக்கு அவர்கள்
பன்னாட்டுக் கம்பெனிகளின் பங்குதாரர்கள்.

அவர்களது
அரண்மனை போன்ற வீடுகளை
அலங்கரிக்க
நமது தலைகளைக்
கேட்கிறார்கள்.

அவர்கள் அதைக் கேட்பது
வெறும் வாழ்தலுக்காகத்தான் என்றிருந்தால்
அதையும் கொடுத்திருப்போம்.

பலியிடுதலின் மரியாதை தெரிந்தவர்கள் நாங்கள்
என்ற வகையில்
அவர்களது உல்லாசத்துக்கு
நாங்கள் எங்கள் உயிரைக் கொடுக்க மாட்டோம்.

கானகத்தில் பொருள்களுக்கு தினந்தோறும்
மதிப்பு மீதான அடக்குமுறையும் ஏறுகிறது.

அநீதிக்கு எதிராக
எங்கள் கருத்தை உயர்த்த உயர்த்த
போலீஸ் பூட்ஸ் கால்களின் சத்தமும்
ஆபாசமான குற்றச்சாட்டுகளும்
பல்கிப் பெருகி நம்மை பயமுறுத்துகின்றன.

ஆமாம்
நாம் அங்கிருக்கும் வரையிலும்
நமது கடைசி மூச்சுவரை
இசைக்கருவியின்
அலுத்து போன தந்திக் கம்பிகளை
ஒழுங்கமைப்போம்.

அப்போதுதான்
நமது வாழ்வையும்,
இருத்தலையும்

உயர்த்திப் பிடிக்க முடியும்.

- *அஞ்சையா, 27 வயது கோயா மலையின கவி.*
ஆந்திரபிரதேசம்.

திட்டங்கள்

இங்கு
நிறையத் திட்டங்கள் நிறைவேற்றப்படுகின்றன.
எச்.இ.சி. வந்த பிறகு சிலருக்கு வேலை கொடுக்கப்பட்டது.
பெரும்பான்மையானவர்களுக்கு வேலை இல்லை.
கந்தைகள் அணிந்துகொண்டு
ராஞ்சியின் வீதிகளில் ரிக்ஷா இழுக்கிறார்கள்.
குழந்தைகள், பெண்களின் நிலையைப் பாருங்கள்.
அவர்கள் குப்பை பொறுக்குபவர்களாகிவிட்டனர்.
எச்.இ.சி. தூக்கியெறிந்தவற்றை
வயிற்றுப்பாட்டுக்காக அவர்கள் பொறுக்குகிறார்கள்.
ஆடம்பரமான ஓட்டல்கள், மோட்டல்கள், விடுதிகள்..
யாருக்காக?
எங்கள் ஆதிவாசிப் பெண்கள்
அங்கு விற்கப்படுகின்றனர்.
வேலை கிடைக்காத ஆதிவாசிப் பெண்கள்
சதை தொழிலுக்கு கவர்ந்திழுக்கப்படுகின்றனர்.
எங்களது வாழிடங்கள் பாதிக்கப்பட்டு
நாங்கள் வேற்றிடங்களுக்கு அனுப்பப்பட்டால்
நாங்களும்
சதை தொழிலாளர்களாகத்தான் முடிந்து போவோம்.

- ஜார்கண்ட் பகுதியின் கோயல் கேரோ
அணைக்கட்டு திட்டத்தின் எதிர்ப்பாளியான
பெயர் தெரியாத ஒரு மலையினப்பெண்

திக்குகள்

நாங்கள் சுரண்டப்படுகிறோம்.

எங்களுக்குக் கூலி கொடுக்கும்
காண்டிராக்டர்களின், சுரங்க சொந்தக்காரர்களின்
கருணையில் நாங்கள் வாழ்கிறோம்.

நாங்கள் எவ்வளவு சாப்பிடலாம் என்று
அவர்கள் சொல்கிறார்கள்.

எப்படி வாழ வேண்டுமென்று
அவர்கள் சொல்கிறார்கள்.

பண்பாடு பற்றி சொல்லித் தருகிறார்கள்.

எங்களது அடையாளத்தை
அவர்கள் கற்றுக் கொடுக்கிறார்கள்.

எங்களைப் பிரிக்கிறார்கள்.

அவர்களிடமிருந்து எங்களைப் பிரித்துக்கொள்ள
கற்றுத் தருகிறார்கள்.

எங்கள் குழந்தைகள்
இந்தத் திக்குகளை (அந்நியர்களை)
வெறுக்கிறார்கள்.

காண்டிராக்டர்கள் கிராமத்துக்கு வரும்போது
குழந்தைகள் ஒளிந்துகொள்கிறார்கள்.
இது ஏன்?

குழந்தைகள் அவர்களைக்
கெட்ட ஆவிகளாகப் பார்க்கிறார்கள்.

அவர்கள்
எங்கள் அடையாளங்களையே அழிப்பவர்களாக
குழந்தைகள் பார்க்கிறார்கள்.

- *சமில் எக்கா, ஒரிசாவின் குன்ட்ரா பகுதியின்*
50 வயது ஆண் ஆதிவாசி.

யாரிடம் சொல்வது

யாரிடம் சொல்வது
எங்கள் கவலைகளை?

எங்கள் வாழ்க்கை
துடைக்கப்பட்டுவிட்டது.

நமது உலகம்
ஒரு முடிவுக்கு வருகிறது.

பாதங்களுக்குக் கீழே இருக்கும் பூமி
வழுக்கி மறைகிறது.

நமது சகோதரிகளின், மகள்களின்
மரியாதை
கொள்ளையடிக்கப்பட்டது.

சாலைகளிலும், சந்தைகளிலும்
அவர்கள்
சாராயம் விற்குமாறு
கட்டாயப்படுத்தப் படுகின்றனர்.

நமது சமூகம் அழிக்கப்பட்டது.

நமது வாழ்க்கை வெட்கக்கேடானது.

நமது வீட்டிலேயே செய்யப்படும்
தவறுதலாகப் பயன்படுத்தப்படுகிறது.

யாரிடம் சொல்வது
எங்கள் கவலைகளை?

அண்ணன். தங்கைகளின் பாசம்
முடிந்துவிட்டது.

நாங்கள் பெற்றெடுக்கும் குழந்தைகள்
பெருகிவிட்டன.

தொல் பழங்காலத்திலிருந்து வரும்
எங்களது அறிவு
போய்விட்டது.

எங்கள் நிலங்கள்
சிறுசிறு துண்டுகளாகிப் போகின்றன.

சிறு நிலங்களுக்காக
எங்களுக்குள்
சண்டையிடத் தொடங்கிவிட்டோம்.

யாரிடம் சொல்வது
எங்கள் கவலைகளை?

நாங்கள் மகிழ்ந்த காடுகள்
மறைகின்றன.
வெண்மையாய்ப் பெருகிய நதி
வறள்கிறது.

நாங்கள் இளைப்பாறிய நிழல்கள்
இப்போது இல்லை.

நாங்கள் தயாரித்த மருந்துகள்
இப்போது இல்லை.

எனவே நாங்கள்
எல்லாவிதமான
நோய்க்கும் ஆளாகிறோம்.

யாரிடம் சொல்வது
எங்கள் கவலைகளை?

எங்கள் குழந்தைகள்
பள்ளி செல்வது பற்றி

நாங்கள் எவ்வளவு மகிழ்ச்சியடைகிறோம்

அவர்கள் பள்ளிக்குச் செல்லாமல்
சினிமாவிற்குச் செல்வதை
எப்படி அறிந்துகொள்ளப் போகிறோம்?

ஏழைப் பெற்றோர் எப்படி ஏமாற்றப்படுகின்றனர்?
எங்கள் குழந்தைகள்
தங்களை எப்படி பாழடித்துக்கொள்கின்றனர்?

சினிமா நட்சத்திரங்களை
அவர்கள் போலி செய்கிறார்கள்.

இது எவ்வளவு சோகமானது.

யாரிடம் சொல்வது
எங்கள் கவலைகளை?

- பெயர்தெரியாத கவிஞனால் இயற்றப்பட்டு
ஜார்கண்ட் இரவுப்பள்ளியில் பாடப்படும்
ஹோ மொழிப் பாடல்

உரிமை

எங்கள் மனித உரிமைகளை
அரசாங்கம் மீறிவிட்டது.

நாங்கள் யாரென்று அதற்குத் தெரியாது.
அரசாங்கம் எதுவென்று எங்களுக்குத் தெரியாது.

மனிதர்களாகிய நாங்கள் ஒன்றும் அறியாதவர்கள்.

எங்கள் கோடரியினால்
எங்கள் கால்களையே வெட்டிக் கொள்பவர்கள்.

மனிதகுலம் ஏன் இப்படி
தன்னைத்தான் கொன்றுகொள்ள வேண்டும்?

இதைத்தான் அவர்கள் தற்கொலை என்கின்றனர்.

இது
நம்மைப் படைத்தவனையும்
அவனது படைப்பையும்
மாசுபடுத்துவதாகும்.

எங்கள் அறிவை
நாங்கள் இழந்துவிட்டோம்.

எங்களின் ஆவிகளிடமிருந்தும்
முன்னோர்களிடமிருந்தும் கற்றுக்கொள்வதை
நாங்கள் நிறுத்திவிட்டோம்.

நாங்கள் எல்லோரும் விரைவில்
அழிந்துவிடுவோம்.

எங்கள் முன்னோர்களும். ஆவிகளும்
கூறிவிட்டனர்
நாங்கள் எல்லோரும் அழிந்துவிடுவோமென்று.

எங்கள் முன்னோர்களும். ஆவிகளும்
நிலைகுலைந்து போயுள்ளனர்.

- ஓரிசாவின் லக்ஹிபோஷ் பகுதியின்
56 வயது ஆண்

இருதலைக்கொள்ளி

நாங்கள் காடுகளிலிருந்து
கொண்டுவரப்பட்டோம்

நாகரிக வாழ்க்கைக்கு.

இப்போது
நாங்கள்
காட்டு விலங்குகளின் பகுதியுமல்ல

நாகரிக சமூகத்தின்
பகுதியுமல்ல.

- கேரள மலையினப் பாடல்

வாழ்வின் துயரம்

பூசணிக் கொடியின் துயரம்
துளிர்க்கும்போதே தொடங்கி விடுகிறது.
விதையிலிருந்து
இரண்டு இலைகள் துளிர்க்கின்றன.
மனிதன்
அவற்றைக் கிள்ளிப் போட்டு விடுகிறான்.

மனிதனின் துயரம்கூட அப்படித்தான்
சிறுவயதிலேயே தொடங்கி விடுகிறது.
பயன்படாத இரும்பு
மூலைக்குப் போய்ச் சேரத்தானே செய்யும்.

ஏழை மனிதன் காட்டுக்குள் நுழைகிறான்.
கடப்பாரையை தோளிலும்
கூடையைத் தலையிலும் தாங்கியபடி.

வாழ்க்கையோ
வெறும்
துயரமான ஒரு பாடலாய் இருக்கிறது.

- ஜுவாங் ஆதிவாசி பாடல்

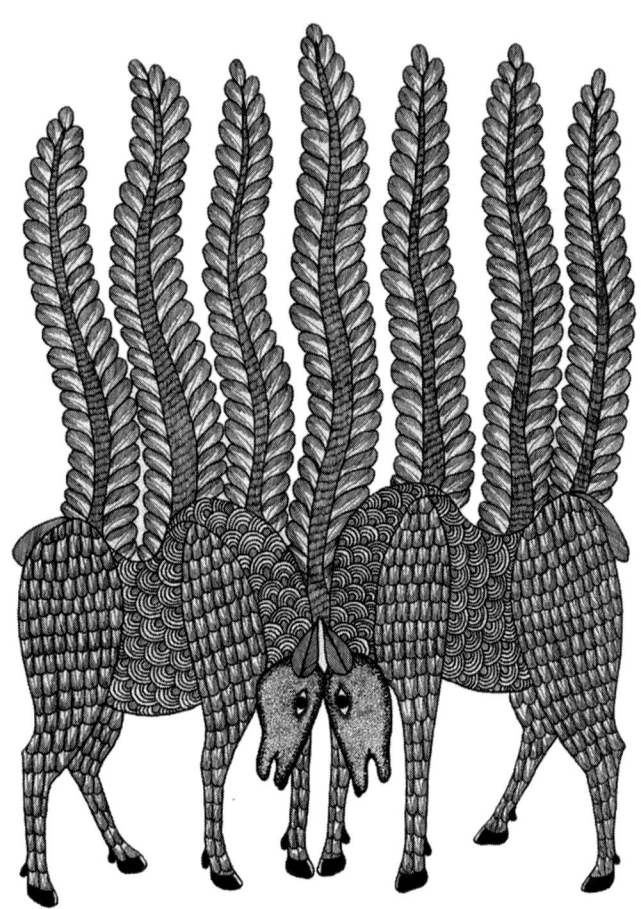

போராட்டம்

அழிவின் வருகை

தொழிற்சாலைகளைத் திறக்க
எந்த கம்பெனி வந்துள்ளது?

தாமோதர் பள்ளத்தாக்குக் கார்பரேஷன்
என்று அழைத்துக்கொள்ளும் தன் பெயரை.

நதிகளிலும், குளங்களிலும் பொறித்து
இயந்திரத்தால் தோண்டி எடுக்கப்பட்ட மண்ணை
நதியில் நிரப்புகிறது.

மலைகளை உடைத்துப் பாலங்கள் செய்தது.
தண்ணீர் கீழே ஓட, சாலைகள் வந்தன.

தொழிற்சாலைகள் திறக்கப்பட்டு
மின்சாரம் கொடுக்கின்றன.

எல்லோரும் கேட்கிறார்கள்.
அதன் பெயர் எதற்கு உரியது என்று.

மாலை வருகிறபோது
கூலியாகக் காகிதப் பணத்தை
அவர்கள் கொடுக்கிறார்கள்.

இந்த காகிதப் பணங்களை
நாங்கள் எங்கே வைப்பது?

அவை நீரில் கரைந்து விடுகின்றன.

ஒவ்வொரு வீட்டிலும்
கத்தரிச்செடிக்கும், முட்டை கோசுக்கும்
தண்ணீர் பாய்ச்ச ஒரு கிணறு உண்டு.

ஒவ்வொரு வீடும் சுவரால் சூழப்பட்டு
மாளிகைபோல் காட்சியளிக்கிறது.

இங்கு எங்களது
சந்தால் மொழி அழிக்கப்பட்டு வருகிறது.

தன்னை தாமோதர் பள்ளத்தாக்குக் கார்பரேஷன் என்று
அழைத்துக்கொண்டு வந்து
இந்த மோசமான சுடுகாட்டைச் செய்கிறாய் நீ.

- சந்தால் மலையினத்தின் பெயர் தெரியாத ஆதிவாசி

நீதியா?

அவர்கள்
மான்குட்டியின் காலைப்பிடுங்கிவிட்டு
அதைச் சாகவிடுகின்றனர்

    இது நீதியா?

யானையின் துதிக்கையை வெட்டி
சாகும் வரையில் ரத்தம் சொரிய விடுகின்றனர்.

    இது நீதியா?

காட்டுப் பன்றியின் வயிற்றில் பாய்ந்த அம்பை
அப்படியே விட்டுவிட்டு
சூரியன் மறையும் வரை அதை
கத்தி சாக விடுகின்றனர்.

    இது நீதியா?

புறாவின் சிறகுகளைப் பிடுங்கிவிட்டு
அது மெதுவாகச் சாவதை கவனித்துக்கொண்டுள்ளனர்.

    இது நீதியா?

- அல்சென்சஸ் எக்கா, 44 வயது ஆண்.
ஒடிசாவின் சடுமோகன் பகுதி

வீடற்றவர்கள்

ஆண்டாண்டுகளாக
நாங்கள் சாலைகளிலும்
வீட்டு வாசல்களிலும்
வாழ்ந்து வருகிறோம்.

ரேஷன் கார்டுக்காக மனுசெய்கிறபோது
எங்கள் கதவிலக்கம் எதுவென்று கேட்கிறார்கள்.

வீடற்றவர்களுக்கு
கதவிலக்கம்
எங்கே இருக்கமுடியும்?

எங்களது நிலங்களுக்குத்
திரும்பிச் சென்று விடுமாறு கூறுகிறார்கள்.

போலீசினால் கைது செய்யப்படுவதற்காகவே
நாங்கள் இங்கே வந்திருக்கிறோம்.

நாங்கள் விடுதலையாகி வருகிறபோது
எங்கள் நிலங்களை
எடுத்துக்கொண்டு விட்டிருக்கிறார்கள்.

போலீஸ் எங்களைக் கொல்லட்டும்.

நாங்கள் இங்கேயே கிடப்போம்.

- செம்பி - கேரளத்து மலையினப்பெண்.

ஒற்றுமை

மலைகள்
தங்கள் சகோதரர்களோடு உயர்கின்றன.

அவை பிரிந்திருப்பதில்லை.

எறும்புகள்
தங்கள் இரையை ஒன்றாய்க் கூடிச் சுமக்கின்றன.

அவை பிரிந்திருப்பதில்லை.

பறவைகள் ஒன்றாய்ச் சேர்ந்து
சூரியனை நோக்கிப் பறக்கின்றன.

அவை பிரிந்திருப்பதில்லை.

பசுக்கள், பன்றிகள், ஆடுகள்
அனைத்தும் மந்தைகளாக வாழ்கின்றன.

அவை பிரிந்திருப்பதில்லை.

கோழிக்குஞ்சுகள்
தாய்க்கோழியுடன் ஒன்றாய்ச் சேர்ந்து ஓடுகின்றன.

அவை பிரிந்திருப்பதில்லை.
முட்டைகள் ஒன்றை ஒன்று
சூடாக்கிக் கொள்கின்றன.

அவை பிரிந்திருப்பதில்லை.

நமது முன்னோர்கள்
மகிழ்ச்சியோடு ஒன்றாயிருந்தார்கள்.
அவர்கள் ஒரே இடத்தில் வாழ்ந்தார்கள்

அவர்கள் பிரிந்திருந்ததில்லை.

நாம் மனிதர்கள் என்ற வகையில்
உரிமைகளைக் கொண்டிருக்கிறோம்.

நாம் பிரிந்திருக்கவில்லை.

- *சானா மின்ஸ், ஒடிசா*

எங்கள் சக்தி

முன்னோர்களின் புதை குழிகளையும்,
சாம்பல்களையும் கொண்டு
 வாழ்க்கையைக் கொண்டாடுகிறோம்.

காடு எங்களது கோயில்.

வியர்வையும், காமமும் கொண்ட
கருவறையும், லிங்கமும் கொண்டு
 வாழ்க்கையைக் கொண்டாடுகிறோம்.

அன்புக்காகவும், அரிசிக்காகவும், மதுக்காகவும்
எங்களது அன்றாட உழைப்பு

ஒவ்வொரு இரவையும்
 கவிதையும், இசையும், நடனமும் கொண்டு
 கொண்டாடுகிறோம்.

ஒவ்வொரு பகலும், ஒவ்வொரு இரவும்
 நாங்கள் எங்கள் காதல் அணுக்களை
 மறுசக்தியால் நிறைக்கிறோம்.

அதனால்
நாங்கள் வயலுக்கு நீர் பாய்ச்ச முடியும்.
விலங்குகளுக்கு உணவளிக்க முடியும்.

எங்கள் அன்றாடத் தேவைகளைப் பூர்த்தி செய்யவும்
அரிய செல்வங்களைப் பாதுகாக்கவும்
குன்றுகளிலும் காடுகளிலும்
திரிய முடியும்.

இயற்கையோடு சேர்ந்து வாழவும்
நாகரிகம் என்றும்
வளர்ச்சி என்றும்
சொல்லப்படுபவற்றால் களங்கப்படாத
கண்ணீரோடும். புன்னகையோடும்
சாவதற்கு
நாங்கள் எங்கள் மனத்திட்பத்தை
இரும்பாக்கிக் கொள்கிறோம்.

எங்கள் சக்தி மீண்டும் வரட்டும்

எங்கள் மண்ணின் மீது
நாங்கள் நடக்கையில்
நடனமாடுகையில்,
எங்களுக்குக் கிடைக்கும் சக்தி
மீண்டும் எழுந்து வரட்டும்.

- தும்ரஜோர் ஓடிசா

வளர்ச்சி?

மக்கள் தங்கள் உரிமைகளைப்
பயன்படுத்த தொடங்கும் போதுதான்
உண்மையான வளர்ச்சி தொடங்குகிறது.

யாரோ ஒருவருடைய நன்மைக்காக
எங்கள் உரிமைகளை
நாங்கள் விட்டுக் கொடுக்க தயாரில்லை.

எங்களது டைசௌலியும், திருவிழாக்களும்,
எங்கள் புனிதக் கற்களும் மூழ்கிவிடுகிறபோது
எங்கள் உரிமைகளின் அர்த்தம் என்ன?

அவை இல்லாமல் நாங்கள் வாழ முடியாது.

எங்களுக்கு வளர்ச்சி வேண்டும்.
அழிவு அல்ல.

- பீகாரின் சுவர்ணரேகா அணைக்கட்டுதிட்ட
எதிர்ப்பாளிகளான பெண்கள்.

ஆதிவாசி விடுகதைகள்

ஆதிவாசிகளின் விடுகதைகள் என்பவை அவர்களின் வாய்மொழி மரபுகளோடு அதிகம் தொடர்பு கொண்டவை. அவை நீளமான பாடல்களோ அல்லது வாய்மொழிக் கதைகளோ அல்ல. ஆனால் அவை அவர்களது கற்பனையின் செழுமையினைக் காட்டுபவை. அதே நேரத்தில் மானிடவியல்ரீதியாக குறியீட்டு மொழியில் ஆதிவாசி பண்பாட்டின் பல ரகசிய செய்திகளை எடுத்துப் பேசுபவை. உதாரணமாக சந்தாலி ஆதிவாசிகளின் இந்த விடுகதையைப் பாருங்கள். “சாப்பிடும்போது எலும்பு கிடையாது. விதைக்கும்போது விதை கிடையாது. அது என்ன?”

இந்த விடுகதையின் விடை அது ஒரு காளான் என்பதுதான். எப்போதும் எலும்புள்ள விலங்குகளின் மாமிசங்களைச் சாப்பிடும் மலையின மனிதர்கள் காளானைச் சமைத்து சாப்பிடும்போது தங்கள் வாயில் எலும்பு எதுவும் தட்டுப்படுவதில்லை என்பதையும், எல்லாவற்றிற்கும் பூ, பழம் ஆகியவற்றின் மூலமாக விதைகள கிடைக்கிறபோது காளானுக்கு அத்தகைய விதைகள் கிடைப்பதில்லை என்பதை இந்த ஆதிவாசி விடுகதை சொல்கிறது.

இன்று வெள்ளைச் சோளத்திலிருந்து காளான் விதைகளைத் தயாரிக்கும் முறை கடைப்பிடிக்கப்படுகிறது. டெஸ்ட் டியூப் மூலமாக தாய் வித்து தயாரிக்கும் முறை பரவலாக்கப்பட்டு அதோடு தொடர்புள்ள ஒரு சிறுதொழிலாகவே வளர்ந்து நிற்கிறது. ஆனால் இயற்கையோடு இயைந்து வாழ்ந்த ஆதிவாசிகள் இத்தகைய செயற்கை முறையினைப் பயன்படுத்தவில்லை என்பதையும் இந்த விடுகதையின் மூலமாக அறிந்து கொள்கிறோம். ஆதிவாசிகளைப் பொறுத்தமட்டிலும் காளானுக்கு விதை இல்லை. ஒரு பூசணமாகிய காளான் ஒரு பச்சையமில்லாத தாவரம்.. மழைக்காலம் ஆரம்பமாகும்போது வயல்களில், மரங்களில் பல்வேறு விதமான காளான்கள் குடையின் தோற்றத்தில் முளைப்பதை பார்த்திருக்கிற ஆதிவாசி அக்காளான் குறித்த வியப்பையே ஒரு விடுகதையாக்கி உலவவிடுகிறான்.

உதவிய நூல்கள்

1. Voices of the Adivasis / Indigenous peoples of India. Published by: All India Coordinating Forum of the Adivasis / Indigenous Peoples, New Delhi, 2001.
2. Utanabu (We will arise), a collection of Ho songs and poems compiled by Mathew Areeparampil, Chaibasa, India. Translated by Stan Louduswamy and Deben Hansda, Chaibasa, India.
3. Lokayana Bulletin (Delhi), Vol. 1 11.2/3 Sept.-Dec. 1994.
4. Manemlo (In the Land of the Tribes), published from Vi zag, Andhra Pradesh, Vol.2, No. 3, 1998. Translated into English by. B. Janardhana Rao, Warangal, India.
5. Ecology and development: A study of folk songs in the tribal peasant areas of Jharkhand. In: sarini (ed.), Jai Adibasi, 1994.
6. The video documentary on the plight of Adivasis in Kerala, titled The Inheritors of the Earth, directed by Jose Thomas, produced by Jose Sebastian & CORD, 1995.
7. Jai Jharkhand (sarini Occ. Papers, No.2), Bhubaneswar 1999.
8. Adivasis / Indigenous Peoples in India. A brief situationer. Publ. by South Asia Regions, International Alliance of Indigenous and Tribal Peoples of the Tropical Forests, New Delhi, 1998.
9. Painted Words - An Anthology of Tribal Lterature Edited by: G.N. Devy - Penguin Books, India.